விளையாட வந்த எந்திர பூதம்

விளையாட வந்த
எந்திர பூதம்

பெருந்தேவி

எழுத்து பிரசுரம்

Title: Vilaiyada Vantha Enthira Bootham
Author: Perundevi

First Edition: Yaavarum Publishers, 2019
Published by Ezutthu Prachuram

Zero Degree Publishing
No. 55(7), R Block, 6th Avenue,
Anna Nagar,
Chennai - 600 040

Website: www.zerodegreepublishing.com
E Mail id: zerodegreepublishing@gmail.com
Phone : 89250 61999

Ezutthu Prachuram First Edition: December 2024
ISBN: 978-93-48439-02-4
TITLE NO EP: 557

Rs. 120/-

Cover Art: Illustration by William Wallace Denslow, 1900,
Colour modified from the original public domain illustration.
Layout: Vijayan, Creative Studio

நன்றி

ஓவியக் கலைஞர் ரோகிணி மணி
எழுத்தாளர்கள் ஹரி இராஜலெட்சுமி,
அரவிந்தன், கிருஷ்ண பிரபு, விஜயன்

மணல் வீடு, கல்குதிரை, விகடன் தடம், காலச்சுவடு, உயிர்மை,
நிலவெளி, இந்து தமிழ் திசை, மலைகள் இணைய இதழ்

எதிர்கவிதையின் சம்வாதம்

கவிதையைப் பொறுத்தவரை சொல்லுக்கும் பேசுபொருளுக்குமான தூரம் என்பது அதலபாதாளம். தொழிலுக்கு வந்த கேடு. இந்தப் படுகுழியைக் கடப்பதற்கு உருவகங்களும் படிமங்களும் பெரிதாக உதவப்போவதில்லை. அமிலத்தில் உக்கிப்போன மரக்கட்டை எப்படிப் பாலம் ஆகும்? தவிர, இப்போதெல்லாம் எங்கே மரத்தில் பாலம் கட்டுகிறார்கள்? இப்படியாக உருவகத்தை நீட்டிச் செல்வது அயர்ச்சியாகவும் அபத்தமாகவும் மட்டுமில்லால் ஒரு வகையில் விரசமாகவும் தோன்றுகிறதல்லவா? இதுதான் தேய்வழக்கின் நோய்நிலை.

தேசிய அரசியல், பாலினம், தொழில்நுட்பம், முதலீடு ஆகிய கட்டமைப்புகளுக்குள் விநியோகிக்கப்பட்டிருக்கின்ற உடல் தன்னுடைய எண்ணற்ற அசௌகரியங்களையும் திளைப்புகளையும் தேய்வழக்காக்கிவிட்டிருக்கிறது.

தேய்வழக்கிலிருந்து விடுபடுவதற்கான ஓர் உத்தியாக அலங்காரங்களை மறுத்து நேரடித் தன்மையுடன் எழுதப்படும் கவிதைகள் தமிழில் உண்டுதாம். ஆனால், முரண்நகை, எள்ளல், பகடி என்பவற்றினூடாகத் தற்காலச் சூழலின் நோய்மையிலிருந்தும் கையறு நிலையிலிருந்தும் தன்னைத் தூரப்படுத்திக்கொள்வதும்

புறம்காட்டுவதும் மட்டுமே எதிர்கவிதையாகிவிட முடியாது. எதிர்கவிதை என்பது வரித்துக்கொள்ளும் கடப்பாடு, தேர்ந்துகொள்ளப்பட வேண்டிய கவிதைமொழி, பாணி முதலியவை குறித்த ஒரு நிலைப்பாடு. கவிதையின் செல்நெறி, அதைப் பரிபாலிக்கும் நிறுவனங்கள், அதற்கான சந்தை, வாசகப் பரப்பு, விசிறிகள் எனச் சூழமைவுகளுடனான சம்வாதமாக இது விரிவடைவதைத் தவிர்க்கமுடியாது. பெருந்தேவியின் கவிதைகளில் இந்த விரிவு நிகழ்கிறது. வாழ்வு குறித்த அவநம்பிக்கையை, பழக்கமாகிப்போன வன்மத்தைப் பதிவு செய்வதை, பரிகசித்து விலகி நிற்பதை மீறிச் செல்பவை இவரது கவிதைகள். வாழ்வின் 360 டிகிரி வியர்த்தத்தில் நடுப்புள்ளி கவிஞர். நியோலிபரல் கேந்திரமாகச் சுழலும் மாநகரத்தின் எளிய மனிதர்கள், அவர்கள் சந்திக்கும் தினசரி அவமானங்கள், அவர்கள் நிறுத்தப்பட்டிருக்கும் படிநிலைகள் (சாதிய / வர்க்க / பால்நிலை) குறித்த கூரிய அவதானிப்புகளை இக்கவிதைகள் முன்வைக்கின்றன. அன்றாடத்தின் வன்முறைக்குக் கவிதையும் இலக்கியமும் இங்கே புழக்கத்தில் இருக்கின்ற மொழிப்பாணியும் வாசிப்புப் பரவசங்களும் உடந்தையாய் இருக்க முடிகிறதைப் (complicity) புரிந்துகொண்ட திகிலுடன், அதே சமயம் அக்கறை மற்றும் பொறுப்புடன் எழுதப்படும் கவிதை இப்படியாகத்தான் இருக்கமுடியும். முரண்படுதலும் ஆதுரமும் சில்லிடும் திகைப்பும் ஒருங்கே இழையோடும் வித்தை இங்கிருந்துதான் கைகூடுகிறது.

புதிய சொல்முறைகள் சாத்தியம்தானா என்ற தேடலும், பழைய பாணிகள், வடிவங்கள், சொல்லடுக்குகளுடனான பிணக்கும் விடுபடலும் பெருந்தேவியின் கவிதை எழுத்தை இங்கே நெறிப்படுத்துகின்றன. கவிதை கொண்டு உலகைப் புதிதாய் இன்னொருமுறை தரிசிக்க முடியும் என்ற நப்பாசைக்கும், இல்லை கடையை மூடிக்கொண்டு கிளம்பலாம் என்ற அவநம்பிக்கைக்கும் இடையே உள்ள சாத்தியங்களை மொழிக்குள் கொண்டுவர முயல்பவை இக்கவிதைகள்.

இருப்புக்கு என்ன நடந்தது? ஏன் பார்வை மங்குகிறது? தரிசனம் என்ன விலை? எந்தத் தொழிற்சாலை என் காதலனை உற்பத்தி

செய்துகொண்டிருக்கிறது? செத்து விளையாடும் விளையாட்டில் நான் எத்தனையாவது பலி? நவீனத்துவ அசதியின் படிப்பினைகள் பின்நவீனத்துவத்தையும் தாண்டிய சமகாலத்தில் எப்படியெல்லாம் உருமாறிக்கொண்டிருக்கின்றன என்பதைப் புரிந்துகொள்ள விரும்புவோருக்குப் பெருந்தேவி ஒரு மாஸ்டர்க்ளாஸ்!

ஹரி இராஜலெட்சுமி,
இலண்டன், மே 2019

உள்ளே

ஹேண்ட்ஸ் அப்

வாழ்த்து அட்டையின் வாக்கியங்களாலான
ஒரு பொம்மைக் குழந்தையைக்
கவிதைக்குள் தவழவிடுகிறார்கள்
வாழ்த்து அட்டைக்குப் பழகியவர்கள்
அதை வாரியெடுத்துக் கொஞ்சுகிறார்கள்
பொம்மை பொம்மை
எனக் கூவுகிறேன்
ஒரு துப்பாக்கியை
அவர்கள் துணுக்குற
குழந்தையின் தலையில் வைக்கிறேன்
ஹேண்ட்ஸ் அப்
பொம்மைத் துப்பாக்கி
இந்த விளையாட்டு எனக்குப் பிடித்திருக்கிறது

இளம் கவிஞர்களுக்கு

ஊரில் மிச்ச மீதி மரம் இருந்தால்
அதில் உங்களைக் கட்டிவைத்து அடித்தால்கூட
உறுதியாக நிற்க வேண்டும்
'கவிதையை எப்படி வேண்டுமானாலும் எழுதுவோம்.
வெற்றுத்தாளை மேம்படுத்தினால் போதும்'
என்கிறான் மகாகவி பர்ரா
இந்நாள் வரை
கவிதையைக் கவிதையைவிட
தைரியமே காப்பாற்றியிருக்கிறது
வரலாற்றில்
கடக்க ஒரு மரப் பாலமும்
பேசச் சில மண்டையோடுகளும் இருந்தால்
போதாதா?

அறையின் நடிப்பு

பக்கத்து அபார்ட்மெண்ட்
படுக்கையறையிலிருந்து
ஆஹ் ஆஹ் கேட்கும்போது
அழுக்கான உள்ளூர் ஹோட்டலில்
இருக்கிறது என் அறை
மேல் அபார்ட்மெண்டில்
ஒரு தட்டுமுட்டுச் சாமானை
மணிக்கணக்காக நகர்த்தும்போது
பைத்தியக்கார ஆஸ்பத்திரிக்கு
அது நகர்ந்துவிடுகிறது
கார்டினல்களும் குருவிகளும்
கண்ணாடி ஜன்னலைத்
தட்டிவிட்டு முறைக்கும்போது
உயிரியல் பூங்காவில்
ஒரு கூண்டாகிறது
இவை நடக்காத
சில நேரங்களில்
சாதாரண வீட்டின்
பழகிய அறையாக
நடிக்கிறது

அப்பா

நீண்ட மூக்கு
தடித்த கண்ணாடித் தழும்புகள்
வேலை செய்யாத காது கேட்கும் கருவி
வெரிகோஸ் நாளங்கள்
அவருக்கு ஆரோக்கியம் என்றால் நன்றாகச் சாப்பிட முடிதல்
தைரியம் என்றால் வீட்டுச் சொந்தக்காரரிடம் இயல்பாகப் பேசுதல்
அறிவாளி என்றால் ஒரே ஒரு கலைஞர்
1960களின் சாமி காலண்டர்கள்
1970களின் டிரான்ஸிஸ்டர்
1980களின் கணக்கெழுதிய டயரிகள்
எழுதாத தபாலட்டைகள் மஞ்சள் பைகள்
நாப்தலின் உருண்டைகள்
நரை விழத் தொடங்கிவிட்ட மகள்
அவளிடம் அவர் கூறிய ஒரேயொரு அறிவுரை
'எதையும் எப்போதும் கடவுளிடம் கேட்காதே
அப்படிக் கிடைப்பது கஷ்டத்தில் முடியும்'
இறக்கும்போது பொட்டலமாய்ச்
சுருங்கிய உடலோடு
பரலோகம் என்று ஒன்றிருந்து
அங்கே அவர் சென்றிருந்தால்
முடிந்தவரை தன் குச்சிக் கைகளால்
அங்கிருந்து அதிசயமாக நீளும் கைகளைத்
தடுத்துக்கொண்டிருப்பார்
'அவளுக்கு எதையும் தாராதிரும்,
முட்டாள் பிழைத்துப் போகட்டும்!'

விளையாட வந்த எந்திர பூதம்

ஒரு வார்த்தைக்கு ஒரு குண்டு
இரண்டு வார்த்தைக்கு இரண்டு குண்டு
மூன்று வார்த்தைக்கு மூன்று குண்டு
அதற்கு இது
இதற்கு அது
நாம் பரிமாறிக்கொள்வோம்
உன் மாமிசம்
என் பசிக்கு
கணக்கு சரிதானே?
நீ வார்த்தையைக் கொண்டுவா
நான் குண்டைக் கொண்டுவருகிறேன்
நீ வாயைத் திறவேன்
நான் வாய்க்குள் சுடுவேன்
நீ சாகேன்
நான் கொல்வேன்
நான் கொல்லக் கொல்ல
நீ சாகச் சாக
வாயேன்
நாம் விளையாடுவோம்
எனக்கு அசிங்கமான முகம்தான்
ஆனால் ஆர்வமாக விளையாடுவேன்
எங்கே ஓடுகிறாய், வாயைக் காட்டு!

(தூத்துக்குடியில் ஸ்டெர்லைட்க்கு எதிரான மக்கள் போராட்டத்தில்
22 மே 2018 அன்று காவல்துறையினரால்
சுட்டுக் கொல்லப்பட்ட மாணவி ஸ்னோலினுக்கு)

தலைப்பிரட்டையாக நான் இருந்தபோது

அடிக்கடி கனவு காண்பேன்
ஒவ்வொரு கனவிலும் பெரும் கவிஞராக
எட்டுக் கையால் கவிதைகளைத் தட்டச்சுவேன்
என் நூல்களை ஏலத்தில் எடுக்க
லட்சம் பேர் போட்டிபோடுவார்கள்
என் புகழைக் கேள்விப்பட்டு
இறந்துபோன கவிஞர்கள்
புரண்டு படுக்க
கல்லறைகூட இல்லையே எனப் புலம்புவார்கள்
மேகம் தழைய மீதேறி உலா வரும்போது
ஒரு மேகம் வெடித்து மழை பெய்யும்
எக்கச்சக்க நீர் நீந்தக் கிடைக்கும்போது
கனவிலிருந்து வெளிவரத்தானே வேண்டும்
இப்போது நான் ஒரு தவளை
முன்பைவிட அதிகப் பக்குவத்தோடு
காணும் கனவில்
ஆர்கானிக் பொருள்களை விற்கும்
குட்டி நகர சைஸில் இருக்கும்
சூப்பர் மார்க்கட்டில்
சிப்பந்திகளான ஏலியன்களுக்கு
முதலாளியாக இருக்கிறேன்

ரத்னா ஸ்டோர்ஸ், 3 – 3.15 மதியக் கடல்

மேல்தளத்துக்கு ஏறிச் செல்ல நின்றபோது
கீழ்ப்படிகளில் வரிசையாக அமர்ந்து
மூன்று பதின்பருவத்தினர்
தேநீரை உறிஞ்சிக்கொண்டிருந்தார்கள்
தன்னைவிடப் பெரிய வாணலியைச் சுமந்துகொண்டு
கீழே இறங்கி வந்தாள் ஒரு தடிமன் பெண்மணி
மூவரும் அனிச்சையாகச் சுவரோடு ஒடுங்கினர்
'இதைப் பிடிங்க'
மூவரும் காதில் வாங்கவில்லை
மூன்று மீன்கள் நீந்திக்கொண்டிருந்தன
காகிதக் கோப்பையில்
பெண்மணி கல்லாவில் இருந்தவனிடம்
ஏதோ சொன்னாள்
அவன் இவர்களை முறைத்தான்
பக்கவாட்டில் பார்த்தபடி நீந்தின மீன்கள்
அவை என்றைக்கு மனிதர்களைப் பார்த்திருக்கின்றன
அவன் சத்தமாக ஏதோ சொன்னான்
கடல் சத்தம் போடட்டும் போடாதிருக்கட்டும்
மீன்கள் மனிதர் பேச்சை எதற்காகக் கேட்க வேண்டும்
ரத்னா ஸ்டோர்ஸை மூடப்போகிறார்களென
செய்தியை வாசித்தது நினைவுக்கு வந்தது
அப்போது கல்லாவில் இருப்பவன்
இதே பஜாரில் வேலை கேட்டு அலைவான்
அல்லது ராயபுரத்தில் அல்லது பாரிஸில்
அல்லது ஊருக்குப் போய்விடுவான்
மீன்கள் மூன்றும் பக்கத்துக் கடையில்
அல்லது மூன்று கடைகள் தள்ளி

இதேபோல் நீந்திக்கொண்டிருக்கும்
பகல் மூன்றிலிருந்து மூன்றேகால் வரை
கடலில்
தமக்குள் மாத்திரம் கிளுகிளுப்பவை

கன்னத்தில் முரட்டு அறையாக
தினம் என்பது ஆகிவிட்டிருக்கிறபோது
பதினைந்து நிமிடக் கடல் இருப்பது
நமக்கொரு நற்செய்தி

வாழ்வில் சாவைத் தோற்கடிக்க முடியும் என்கிறான் ப்யூகோவ்ஸ்கி

வாழ்வில் சாவைத் தோற்கடிக்க முடியும்
என்றால் எப்படி?
என் சிநேகிதனோடு பேசும்போது
செத்துப்போன மீன்களைப் போலக்
கண்கள் திறந்தபடி
வார்த்தைகள் மிதக்கின்றன
இப்போதெல்லாம்
என் ஆன்மாவின் இருள் புள்ளி
பருத்துக்கொண்டே போகிறது
தினம். தினம்
சில நல்லெண்ணங்களைத்
தனக்கு இரையாக்கியபடி
நடைபாதை ஓரத்தின் குட்டிப் பூக்கள்
எதிர்பாராத குளிரால்
அற்பாயுசில் போயேவிட்டன
திரும்ப வசந்தம் வந்தாலும்
பூக்கப் போவதெல்லாம் வேறு பூக்கள்
வாழ்வில் சாவைத் தோற்கடிக்க முடியும்
என்றால் எப்படி?
ஏன் ப்யூகோவ்ஸ்கி
இத்துப்போன ஒரு பலூனை
இப்படி ஊதிப் பெரிதாக்குகிறான்?

எல்லோருடைய நாட்களும் ஒன்றல்ல

பார்த்திருப்போம்
அவமானத்திலிருந்து தொடங்கும் பலருடைய நாட்கள்
அவமானத்திலேயே முடிகின்றன
சந்தேகத்தின் முன்னால் தூக்கம் கலைந்து
அதன் முன்னால் தூங்கச் செல்பவர்கள் உண்டு
சூரிய உதயம் அஸ்தமனம் எல்லாம்
வெகு சிலருக்கானவை
பாதுகாப்பாக இருப்பவர்களுக்கு
மனதிலிருந்து அழைத்தாலும்
கூப்பிட்ட குரலுக்கு ஓடி வர ஆட்கள் இருப்பவர்களுக்கு
வசதிகள் இருப்பவர்களுக்கு
குடும்பத்தில் நம்பிக்கை என்பது ஒரு வசதி
சூரியனின் காலை மாலைக் காட்சிகளைக்
குடும்பமாகப்
பெரும்பாலும் தவறாமல் கண்டுவிடலாம்
மற்றபடி
சாட்டையை எப்படிச் சொடுக்கினாலும்
உன் குதிரை
அந்தியில் வந்து நிற்கப்போவதேயில்லை

பெண்கள் ஏன் டில்டோவை உபயோகிக்க வேண்டும்?

இருபத்தி நான்கு செட்டிங் இருக்கும்
ஒரு காதலனாவது கணவனாவது
உங்களுக்கு இருந்திருக்கிறானா?
முக்கியமாக
உம்மணாமூஞ்சி டில்டோ
என்று ஒன்று
கிடையவே கிடையாது
எந்தக் கடையிலாவது
கேட்டுத்தான் பாருங்களேன்

விழிப்புணர்வு

நான்கு ரௌடிகள்
ஒரு பெண் பாம்பை
வன்புணர்வு செய்துவிட்டார்கள்
அந்த நாளிதழில் செய்தியை
இப்போதுதான் வாசித்தேன்
ஒன்று கவனித்தீர்களா?
இப்போதெல்லாம்
கற்பழிப்பு என்று
எவனும் எழுதுவதில்லை

க்ரீம்ஸ் ரோடில் ஒரு காலத்தில்
எனக்குச் சிரிப்பு இருந்தது

நட்பு நட்பாக இருந்த காலம்
யாருக்குத்தான் இருந்திருக்காது
ஆனால் பாருங்கள் அது இறந்த காலம்
க்ரீம்ஸ் ரோட் சென்னை 600 006
இறந்த காலத்தில்
பேபிக் கடை தேநீர்ச் சுவை
பேபி இப்போதில்லை
நண்பர்களின் பரிசுத்தக் கண்கள்
என் கண்களும்தாம்
அவை அப்போதெல்லாம் பளிங்காக இல்லை
அதன் பின் எத்தனை நகரங்கள், கஃபேக்கள், பார்கள்
360 டிகிரி வியர்த்தம்
ஆன்மாவின் உருக்குலைவு
ஆனால்
மாற்றத்துக்குத்தான்
எத்தனை தடித்த குரல்!

‘எல்லாம் முடிந்துவிட்டது’
நிஜமாகவா
மாற்றக் கடவுளுக்கு முன்
மண்டியிட்டுக் கதறி அழுபவர்கள்
இரவில்தான் அழுவார்கள்
நிலாவின் ஒரு துண்டத்தோடுதான்
துக்கத்தை விழுங்க முடியும்
பின்னர்
அடுத்த நாள்
புன்னகைகள், அளவளாவல்கள்
எதுவும் நடக்காதது போன்ற பாவனை
அந்தத் தேநீரைச் சுவைக்கும்போது
நான் செத்ததுதான்
கடைசியாகச் செத்தது

என் வீட்டை நகர்த்தி வைக்க வேண்டும்

சில சமயம் நான் அளவுக்கதிகமாக
ஆதங்கிக்கிறேன்
உதடுகள் துடிக்க
ஒரு புகைத் தூணுக்கு முன்னால்
வேகவேகமாகக் கையாட்டி மறுக்கிறேன்
காலை நேரமாகவே அது எப்போதும்
ஒரு தீய கனவுக்குப் பின் முளைக்கும் காலையாக
புதிய மோசமான செய்தியைக் கொண்டுவரும் காலையாக
இன்று காலை
ஒரு சாம்பல் பூனை என் வீட்டு வாசலில்
உடல் உப்பிக் கிடந்தது
நான்கு சுவர்களுக்கு வெளியே
வளர்ப்புப் பிராணிகளே தென்படாத ஊரில்
எப்படி இந்தப் பூனை
ஏன் எனது வாசல்
எதற்காக இந்தக் காலை

அபாயத்தைக் குறிக்கும் அர்த்தங்களிலிருந்து
சாதாரணத்துக்குத் திரும்பும் வழிக்கு
என் வீட்டை நகர்த்தி வைக்க வேண்டும்
அதன் மாடியில் நின்று பார்க்கும்போது
வானம் ஒருவேளை பிளந்தாலும்
கைப்பிடிச் சுவரைப் பிடிக்காமல்
கண்கொட்டாமல் பார்ப்பேன்

நவம்பர்

சாத்தானின் ஆன்மா உறைந்து போய்விட்டது
வகுப்பறையிலிருந்து அலுவலகத்துக்கு நூறு அடிகள்
சாவின் போர்வை போல
வெள்ளை நிலத்தில்
சில தலைகள் நட்டுவைக்கப்பட்டிருக்கின்றன
கண்களாலேயே புத்தகங்களை அவை புரட்டுகின்றன
அடுத்த வாரம் செமஸ்டர் தேர்வுகள்
அவற்றுக்கும்
வாழ்க்கைக்கும் எந்தச் சம்பந்தமுமில்லை
அவள் தன் குதிகால்களைக் கவனமாகப் பதித்து நடக்கிறாள்
சறுக்கிவிடாதபடிக்கு
அவளுக்கும் இந்த நிலத்துக்கும்
எந்தச் சம்பந்தமுமில்லை
துருவப் பனி வேக வேகமாக
ஓடி வருகிறது கடலுக்கு
யாரோ ஒருவர்
அவசர அவசரமாக ஸ்டாப் என்கிறார்
துருவப்பனிக்கும் கீழ்ப்படிதலுக்கும்
எந்தச் சம்பந்தமுமில்லை
அவள் ஜன்னல் வழியே பார்க்கிறாள்
பார்க்க ஒன்றுமில்லை
கடவுளின் அருட்கைகள்
ஆளில்லா ரயில்வே கேட்களில்
உயர்ந்து தாழப் பழகிக்கொள்கின்றன

தரிசனம்

நியாயமாக
உன்னை நீ கேட்டுக்கொள்ள வேண்டிய ஒரே கேள்வி
இதுதான்
உனக்கும் பூச்சிக்கும் என்ன வேறுபாடு இருக்கிறது
காஃப்காவின் தரிசனத்துக்குப் பின்
பல பத்தாண்டுகள் போய்விட்டன
இன்று எல்லா வீட்டிலும்
எல்லோரும் பூச்சிகள்
எல்லா வீடுகளும் உயிர்பெற்ற பூச்சிக் கூட்டம்
பிறந்தவுடன் நடந்துவிடுகிறது உருமாற்றம்
உடனே தொடங்கிவிடுகிறது அதன் அரித்தல்
பிற பூச்சிகளிலிருந்து வானம் வரைக்கும்
முடியும்வரை
பெரிய பூச்சிகள் சின்னப் பூச்சிகள்
அப்பா பூச்சிகள் குழந்தைப் பூச்சிகள்
கல்லூரிப் பூச்சிகள் ஆஸ்பத்திரிப் பூச்சிகள்
மிகப் பிரமாண்டமான அரசாங்க விஷப் பூச்சி
அதன் வயிற்றுக்குள் கோடிப் பூச்சிகள்
நீயும் ஒரு சின்னப் பூச்சிதான்
ஊர்ந்து செல்லவில்லை
பறக்கவில்லை என்பதால்
இல்லை என்றாகிவிடாது
ஒரு பூச்சி என்றைக்குத்
தானொரு பூச்சி என்பதை ஒப்புக்கொண்டிருக்கிறது

முள்மரம்

இளம் வயதில் இறந்தவன் உங்களைக் காண வரும்போது
உங்கள் நாயைக் கட்டிவைத்திருப்பது அவசியம்
நரகமா சொர்க்கமா எப்படி இருக்கிறாய் என்றெல்லாம்
விசாரிப்பதற்கு முன்னால்
ஒரு குவளைத் தண்ணீர் தர வேண்டியது அவசியம்
அவன் கண்களை
ஒருபோதும் பார்க்காதிருக்க வேண்டியது அவசியம்
அதுவும் அவன் விசும்பும்போது
அப்போது அவன் கருவிழியின் திரை
துலக்கப்பட்ட கண்ணாடியாகிவிடுகிறது
அதில் தெரியும் உங்கள் உருவம்தான்
முதலில் எத்தனை சிறியதாகப்
பின்னர் வளர்ந்து வளர்ந்து
மண்ணுக்கும் விண்ணுக்குமாக
நெடிதோங்கிய முள்மரமாக
அவன் கண்ணுக்குள்
உங்கள் முட்கள் ஒரு நோஞ்சான் காற்றுக்கே
விசிலடித்துப் பாடுவதுமே
எத்தனை அபத்தம்!

இதன் மூலம் எதை அறிவிக்கிறார்கள்?

யாராவது முகநூலில்
கருவுற்றிருப்பதை அறிவித்தால்
உடனே நட்பிலிருந்து நீக்கிவிடுகிறேன்
கொட்டிக் கிடக்கும்
இரண்டு நிமிடக் காணொளிகளில்
நாய்க்குட்டிகளை
வேடிக்கை பார்ப்பதை விட்டுவிட்டு
குழந்தைப்பேற்றை ஏனோ கொண்டாடுகிறார்கள்
சில குழந்தைகள்
பெற்றோர் கண் அசந்த நேரத்தில்
இடுகாட்டுக்குத் தவழ்ந்துபோய்
பூமிக் கிழவியின் இறந்த காலத்தைத்
தோண்டியெடுத்துக்
கதறி அழுகின்றன
வேறு சில குழந்தைகளோ
பிறக்கும்போதே
கனிமச் சுரங்கங்களுக்கு
லோகோவாக
தம் கபாலங்களைக்
காப்புரிமை செய்துவிட்டுப்
பிறக்கின்றன
இதெல்லாம் இவர்களுக்குத் தெரியுமா?

சில செண்டிமீட்டர் தொலைவுதான்

பல ஆண்டுகளுக்குப்பின்
அவனைச் சந்தித்தேன்
அதே கூரிய விழிகள்
கொஞ்சம் கூடிய நரை
ஒட்டிப்போன கன்னம்
இரட்டைத்தாடை நல்லவேளையாக வரவில்லை
அன்பை வெடுக்கென்று
தெரிவிக்கும் அதே பேச்சு
உணர்ச்சிகளின் சிறிய பெரிய தழல்கள்
கொஞ்சம் அசந்தால் எரித்துவிடும்
அதே கதகதப்பின் அக்குள்
ரெகுலேட்டரை வைத்து
ஒழுங்குபடுத்தியதைப் போல
எனக்கான வெப்பம்

இங்கே வசந்தம் ஆடியசைந்து
வருவதற்கு முன்பிருந்தே

என் வீட்டில் அந்த வெப்பம்
என்னைச் சுற்றியபடி
இன்னும் அகலாமல்
படுக்கையறையில் அவன் அடுக்கிவைத்த
என் ஸ்வெட்டர்கள்
அவன் வகைகள் இரண்டே இரண்டுதான்
அவனுக்குப் பிடித்தவை
நான் பயன்படுத்தாதவை
கட்டிலின் இடதுபுறம்
கழற்றிப்போட்ட அவன் சட்டை

நேசிப்பவர் கூட இருக்கும்போது
அவர் ஆடையை முகர்வது
ஆசையின் செய்கையாகிறது
இல்லாதபோது அதைச் செய்வது
இல்லாமையை உறுதிப்படுத்துகிறது
நான் உறுதிப்படுத்தப் போவதில்லை

எதிரில் மின்திரையில்
விரிந்திருக்கிறது உலக வரைபடம்
நீ இருக்கும் ஊரை
உன்னைத் தொடுகிறேன்
இங்கிருந்து
சில சென்டிமீட்டர் தொலைவுதான்

அவர்கள் வீட்டுக்கு வரும்போது

செய்தித்தாளை வேகமாகப் புரட்டுகிறார்கள்
எதையோ தேடுகிறார்கள் பத்திச் செய்திகளில்
அருகில் உயிரோடிருக்கும் மகளைப் பார்க்காது
யாரோ வந்து சேர்ந்துவிட்டதாகப் பூரிக்கிறார்கள்
அருகில் உயிரோடிருக்கும் மகளைப் பார்க்காத
முகங்களில் ஏன்தான் கொள்ளைச் சிரிப்போ
அருகில் உயிரோடிருக்கும் மகளின்
மூக்குக் கண்ணாடியை மேஜையிலிருந்து தள்ளிவிட்டுவிட்டு
அவசர அவசரமாக மறைகிறார்கள்
எந்த விமானத்தின் கேட் மூடப்படுகிறதோ
கையசைப்பதுகூட இல்லை

ரைட்டா?

உண்மையில்
நவீன கவிஞர்கள் பலரும்
வானம்பாடியின் வயிற்றுக்குள்தான்
பாண்டி ஆடிக்கொண்டிருக்கிறார்கள்
வயிற்றுக்கு வெளியே ஒருசிலர்
வெண்ணெய்க் கத்திகளுடன்
உம்மென்று போஸ் கொடுக்கிறார்கள்
உலகமே அடுத்த ஜெனரேஷன்
ஆப்பிள் ஐபோனுக்காகப் பரபரத்துக்
காத்துக் கிடக்கிறது
உள்ளூரை டிக்டாக் கைப்பற்றிவிட்டது
நானோ ஒரு ஒட்டகச்சிவிங்கியை
வளர்க்கலாம் என்றிருக்கிறேன்
அதற்கு மூன்று வேளை தவறாமல்
சத்தான உணவு தருவேன்
அது தினமும் 10 சென்டிமீட்டர் வளரும்
ஒருநாள் வானத்தைத் தொடும்
அதில் நான் ஏறி உட்கார்ந்துகொண்டு
என் கவிதைகளை வாசிப்பேன்
ஒட்டகச்சிவிங்கி தலையசைத்து
அவற்றை ஆமோதிக்கும்

வேஷம் கலைந்துவிட்டது

விமானம் கிளம்பிப் பல நாளாகிவிட்டது
இப்போதைக்குத்
தரையிறங்குவதாகத் தெரியவில்லை
சுற்றியிருப்பவர்கள் எல்லாரும்
என்னவோ போலிருக்கிறார்கள்
ஆம், வெளவால் முகங்கள் இவர்களுக்கு

எல்லாருக்கும்
காதுகள் நீளமாய்
சாம்பல் நிறத்தில்
ஒன்றே போல்
பிரதிகள்
பிரதிகள்
பிரதிகளின் உபபிரதிகள்

விமானம் புவியீர்ப்பு மண்டலத்தை
இந்நேரம் தாண்டியிருக்கும்

பக்கத்திலிருப்பவரும் நானும்
ஒருவரையொருவர்
பார்த்துக்கொள்கிறோம்
இரு பொன்மஞ்சள் ஒளிக்குமிழ்கள்
இரு பொன்மஞ்சள் ஒளிக்குமிழ்களில்
தெரிகின்றன

எப்போதாவது
தரை இறங்கும்போது
பாகம் பாகமாகப் பிரிப்பார்கள்
எங்கள் கால்களை ஓரிடத்தில் குவிப்பார்கள்
தலைகளை ஓரிடத்தில் குவிப்பார்கள்
சர்வீஸ் செய்வார்கள்
பொன்மஞ்சள் ஒளிக்குமிழ்களைக்
கைகள் தூக்கிப்போட்டு
விளையாடுவது வழக்கம்

நான் நான் என
என்ன அலட்டு அலட்டுகிறார்கள்
நாங்கள் கிளம்பிய இடத்திலிருந்த மனிதர்கள்!

தெரிந்ததைக் கூறுகிறேன்

சாமி கண்ணைக் குத்திவிடும் எனக்
குழந்தைகளுக்குச் சொல்வதைப்போல்
தங்களுக்குச் சொல்லிக்கொள்கிறார்கள்
உண்மையில் இதுவரை எந்தச் சாமியும்
யார் கண்ணையும் குத்தியதில்லை
மனிதர்கள் பார்க்காதபோது சாமிகள்
அரிவாள் சூலம் பொருள்களைக்
கீழே வைத்துவிட்டு நெட்டி முறிக்கிறார்கள்
பார்த்துவிட்டுப் போன மனிதர்களைப் பற்றி
அவர்கள் பேசிக்கொள்ளும்
கிசுகிசுக்களைக் கேட்டால்
காதைப் பொத்திக்கொள்வோம்

மந்தகாசமாக இருக்கும் சாமிகளுக்கு
இதில் அதிக சுவாரசியம் இருக்கிறது
முட்டைக் கண்ணை உருட்டி விழிப்பவர்கள்
கேட்காததைப் போலப் பாவனை செய்கிறார்கள்

உங்கள் உலகம் அழியும்போது
உங்கள் கணக்காகச் சித்திரகுப்தன்
வாசிக்கப்போவதெல்லாம் கிசுகிசுக்கள்தான்
இது தெரிந்திருந்தால்
நான் சொல்லவருவது உங்களுக்குப் புரியும்

ஆறுதல்கள்

வெகுநாள் கழித்து குயிலின்
சின்னக் கூவலைக் கேட்கிறேன்
இதோ குட்டிப் பூக்கள்
நடைபாதையை நிறைக்கத் தொடங்கிவிட்டன
வெகுளியாக வாழ்பவர்களுக்கு
இறந்த பின்னர் அளிக்கப்படும் சிவப்பு ஒயின்
என் மேஜையில் வீற்றிருக்கிறது
முன்பு போல் மாடி அபார்ட்மெண்டில்
தட்டுமுட்டுச் சாமான்களை
என் தலைக்கு மேல் நகர்த்துவதில்லை
முன்பு போலின்றி
முகத்தில் குத்தப்படாமல்
தெருச் சண்டை போட முடிகிறது என்னால்
பழைய நோய்கள், அவை இப்போதெல்லாம்
ஜோடி சேர்ந்து வருவதில்லை
சிநேகிதிகள், அவர்கள் என்னை நம்பித்
தங்கள் காதலர்களைப் புறங்கூறுகிறார்கள்

ஆண்கள், அவர்களைப் பற்றி
போதுமான அளவு தெரியாவிட்டாலும்
போதுமான அளவு தெரிந்தாற்போலத்தான்

என் உடல் நாணாக முறுக்கேறி
நீல நரம்புகள் புடைத்து
மூச்சுத் திணறும்போது
இந்த ஆறுதல்களில் ஒன்று
நினைவில் வந்தால் போதும்
வரவிருக்கும் நாட்கள்
வலிக்கச் சுண்டி இழுத்தாலும்
நாய்க்குட்டியாகப் பின்னால் ஓடத்
தயாராகவே இருக்கிறேன்

எக்ஸ்பிரஸ் அவென்யூ

நண்பனுக்குச் சட்டை எடுத்தோம்
அவன் பச்சையில் கட்டம் போட்டதை
நான் வெள்ளையில் பூப்போட்டதை
அவன் காக்கியை நான் டெனிமை
மாலில் தரை வழுக்கியது
கண்ணாடியை விடக் கண்ணாடி
என் தோலுக்கு அடியிலிருப்பது தெரிந்தது
எதிரே ஒரு கடை
நாலரை அடி சிப்பந்திப் பெண்
அதே உயரத்துக்கு விளக்கு
திரேதா யுகத்திலிருந்து என்பதைப் போல்
இருவருக்கும் மாறாத முகபாவனை
ஓய்வறைக்குச் சென்றேன்
என் கன்னத்தில் இரண்டு அப்பு அப்பினேன்
அங்கே நானும்
இங்கே அந்தப் பெண்ணும்
நிற்கவிடாது செய்த ஏதோ ஒன்றுக்கு
என் பாராட்டு
மேலும்
திரும்ப வருவேன்

இன்று உன் கண்ணில்
வெளிர் ஊதா நிறத்தைப் பார்த்தேன்

பின்னர் இரவில்
வெளிர் ஊதா வட்டத்துக்குள் நீயும் நானும்
படுக்கையிலிருந்து ஆறடிக்கு மேலே
முத்தமிடுகிறாய்
வோட்காவும் மிரட்டலும் சூடிய முத்தம்
நெகிழ்ந்து சொட்டுகிறது என் கபாலம்
முத்தத்திலிருந்து இரு விரல்கள் நீண்டு
என் மூளைக்குள்
நேற்றையும் நாளையையும்
நெருடுகின்றன இடம் மாற்றி வைக்கின்றன
இப்போது ஒரே சமயத்தில்
தீயாகவும் உப்பாகவும் இருக்கிறேன்
நாளையைத் தன் உள்ளங்கையில் வைத்திருக்கும் கடவுளாக
தன்னைக் காணாமலடித்துவிட்ட பைத்தியமாக
வெளிர் ஊதா வட்டம்

கீழே கட்டிலில்
வேறு பிணங்கள் புணர்கின்றன
பல ஆண்டுகளாக
அதே
சாவகாசமான மந்தைப் புணர்ச்சி

ஆனால்

எப்போதும் நான் சாத்தியங்களிலேயே
கிளர்ச்சியடைந்துவிடுகிறேன்
அன்றிரவு கண் செருகியிருக்கக் கூடாதென
நினைத்துக்கொள்கிறேன்
அப்போது அந்த நட்சத்திரம்
அறைக்குள் வந்திருக்குமென
அது என்னைத் தழுவியிருக்குமென
திரும்பிப் போகையில்
தன் உடலிலிருந்து ஒரு துண்டை வெட்டி
என் ஞாபகத்துக்கு விட்டுப்போயிருக்குமென
ஒளிரும் அந்தத் துண்டில்
சோகை படர்ந்த
என் இத்தனை நாள் வாழ்க்கை
புது ரத்தமேறி
தன்னைத்தானே பார்த்து வியந்து
சொல்லிக்கொண்டிருக்குமென
"பார் எதுவும் வீணாகிவிடவில்லை"
ஆனால்

சாத்தியத்துக்கும் நிகழ்வுக்குமிடையே
ஆனால் என்பது துருப்பிடித்த பாலம்
ஒவ்வொரு நொடியும்
விழுந்துகொண்டே இருக்கிறது
எல்லாம் வல்ல ஒரு
சிட்டுக்குருவிகூட
அதில் தத்தி நடக்க அஞ்சுகிறது

இந்தக் கவிதை பழைய பாணியில் எழுதப்படுகிறது

யாருமற்ற ஊரைச் சுற்றி
மிகத் துயரமான ஆறு ஒன்று ஓடுகிறது
யாருமற்ற ஊர் யாருமற்ற ஊராக ஏன் இருக்கிறது
அதற்குப் புரியவில்லை
யாருமற்ற ஊரில் யாரும் அற்றாலும்
ஓடுவது அதன் பழக்கமாகிவிட்டது
யாருமற்ற ஊரில் பழக்கத்தால்
மிகத் துயரமான ஆறு ஓடிக்கொண்டிருக்கிறது

யாருமற்ற உலகத்தில்
மிகத் துயரமான நான் வசிக்கிறேன்
யாருமற்ற உலகம் யாருமற்ற உலகமாக ஏன் இருக்கிறது
எனக்குப் புரியவில்லை
யாருமற்ற உலகத்தில் யாரும் அற்றாலும்
வசிப்பது என் பழக்கமாகிவிட்டது
யாருமற்ற உலகத்தில் பழக்கத்தால்
மிகத் துயரமான நான் வசித்துக்கொண்டிருக்கிறேன்

இந்தக் கவிதை பழைய பாணியில்
எழுதப்படுகிறது
யாருமற்ற ஊரைச் சுற்றி ஓடும் ஆற்றையும்
யாருமற்ற உலகத்தில் வசிக்கும் என்னையும்
மயிராக நினைப்பவர்களுக்காக

நடு வயதில்

மோசமான உன்னை
ஆக மோசமானவனாக மாற்றக்கூடியது காதல்
நாற்பத்தி நான்கு வயதில்
ரத்தம் தலைக்கேறி எதிராளியை நோக்கி
உன்னைக் காறி உமிழ வைக்கிறது
எதிராளி ஒன்றும் செய்திருக்க மாட்டான்
உன் காரை அவன் கார்
முந்திச் சென்றிருக்கும்
நிதானமாக ஹாரனில்கூடக் கைவைக்காமல்
ஆனால் உன் கார் கதவை இறக்கிவிட்டு
அவனை நோக்கி நடுவிரலைக் காட்டுவாய்
காறித் துப்புவாய்
அவனால்தான்
இன்றைக்கு நீ தாமதமாகப் போகிறாய்
அவனால்தான் நேற்று
உன் கணினியை வைரஸ் தாக்கியது
அதற்கு முந்தைய தினம்
உன் நெருங்கிய நண்பன் செத்தான்
அவனால்தான் போன வாரம்
நீ பைக்கோடு விழுந்துவாரி சில்லறை பொறுக்கினாய்
அதற்கு முந்தைய வாரம்
உன் பர்ஸைத் தொலைத்தாய்
அவனால்தான் சென்ற மாதம்
உன் காதல் உன்னைக் கைவிட்டுப்போனது
அதற்கு முந்தைய மாதம்
உனக்கும் உன் காதலிக்கும்
அந்த மோசமான வாக்குவாதம் வந்தது

அவனால்தான் போன வருடம்
உன்னை நட்டாற்றில் தள்ளிய அவளைச்
சந்தித்துத்தொலைத்தாய்
எல்லாவற்றுக்கும்
காரணம் கார்காரன்தான்

சமயத்தில் அவன் காரிலிருந்து இறங்கி
உன் முகத்தில் ஓங்கிக் குத்துவிடுகிறான்
அந்தக் குத்தில்
உன் தொண்டையை அடைத்துத் திரண்டிருந்த
ஏதோ ஒன்று சட்டெனச் சுருங்கி
வயிற்றுக்குள் இறங்கி மறைகிறது

உண்மையில் நீ அவனுக்கு
நன்றி பாராட்ட வேண்டும்
எதுவும் நடக்காததுபோலக்
கைக்குட்டையால் ரத்தத்தைத்
துடைத்தபடி
காரைக் கிளப்புகிறாய்
மருத்துவமனையில் கட்டுப் போட்டுக்கொண்டு
வீட்டுக்குக் கிளம்பும் நோயாளியின்
பலவீன நிலையில்
ஆறுதலோடு

ஒரு வெள்ளிக்கிழமை கதை

ஒரு வெள்ளிக்கிழமை இரவு ஒருவன்
தன் கனவில்
தெரியாத ஒருத்தியின் பாதத்தை
நக்கிக்கொண்டிருந்தான்
அதே இரவு ஒருத்தி
தன் கனவில்
தெரியாத ஒருவனுக்காக
ஒரு மலையுச்சியிலிருந்து குதித்துக்கொண்டிருந்தாள்
அக்கணமே அனைத்தும் அறிந்த பேஸ்புக் செயலி
ஸ்டிலெட்டோ அணிந்த பெண்ணொருத்தி
மலையுச்சியிலிருந்து குதிக்கும் விளம்பரத்தை
இருவர் நேரக்கோட்டிலும் பகிர்ந்தது
அக்கணமே அவர்கள்
ஸ்டிலெட்டோவை மலையுச்சியைத்
தேடத் தொடங்கினார்கள்
அக்கணமே பேஸ்புக் செயலி
இருவர் நேரக்கோடுகளிலும்

ஸ்டிலெட்டோ வகைகளை
மலைவாசஸ்தல பேக்கேஜ்களைக்
கொட்டிக் குவித்தது
அடுத்த வெள்ளிக்கிழமை ஒரு ஸ்டிலெட்டோவைக்
கட்டியணைத்துக்கொண்டு தூங்கினான் அவன்
அதே நாள் ஒரு மலையுச்சியிலிருந்து
அவள் குதித்து டிவி சானல்களில் செய்தியானாள்
இப்போது அவன் நேரக்கோட்டில்
நாவறட்சிக்கான மருந்துகளை
நிரப்புகிறது செயலி
அவள் நண்பர்களின் நேரக்கோடுகளில்
ஆவிகள் சம்பந்தமான காணொளிகளை நிரப்புகிறது
யாரும் திறக்காவிட்டாலும் பார்க்காவிட்டாலும்
அவை எல்லாவற்றிலும் அவள்
விழுந்த இடத்திலிருந்து
உச்சிக்கு ஏறிக்கொண்டிருக்கிறாள்

வினை

அன்பை அங்குலத்துக்கு ஒரு முறை பேசும் கவிதைக்கு
மருக்கள் முளைத்துவிடுகின்றன
புற்றுநோயாக இருக்கக் கூடொதன
அஞ்சிச் சந்தேகித்துப் பிரார்த்திக்க வேண்டியிருக்கிறது
சந்தேகிக்கும் வாசகரைத் தின்ன
கவிஞர்களும் ரசிகர்களும்
கழுதைப் புலியை வளர்ப்பதெல்லாம் ரொம்பத் தவறு

முதலில் சொற்களை மாற்றுங்கள்

சண்டை செய்தார்கள் களம் காணவில்லை
கொல்லப்பட்டார்கள் பலிதானம் தரவில்லை
செத்தார்கள் வீர மரணம் அடையவில்லை
கைகால் உடல் தலை பாலுறுப்பு
மனிதர்கள் நாம் சிங்கக்குட்டிகள் இல்லை
இந்த உருவகங்கள் எப்போது உருவாயின?
இந்த வரைபடங்கள் எப்போது உருவாயின?
வீரம் பிறப்பதற்கு முன்பே
கனத்த மூச்சு விடும் சாவு இருந்தது
அதனோடு ஒட்டிப் பிறந்த இரட்டையாகக்
கண்ணீர் இருந்தது
தேசம் பிறப்பதற்கு முன்பே
மற்ற கடவுள்கள் இருந்தார்கள்
அவர்கள் பிறப்பதற்கு முன்பே
நீயும் நானும்
உப்பும் துக்கமுமாக
முழங்காலில் தலைபுதைத்த மூட்டைகளாக
ஈக்களால் சூழப்பட்டு
இங்கே அமர்ந்திருந்தோம்

புகைப்படங்கள்

இறந்த பெற்றோரின் புகைப்படங்களைப் போல
படுக்கையறையில் விரோதிகள் வேறில்லை
உயிரோடிருந்த சமயத்தைவிட
அதிகம் விழித்திருக்கிறார்கள்
முகம் கோணுவதை
கைவிரல்கள் நடுக்கத்தை
உன்னித்துக் கவனிக்கிறார்கள்
காலடிகளை எண்ணுகிறார்கள்
சிலசமயம் தட்டி விடுகிறார்கள்
மிச்ச நேரமெல்லாம் உற்றுப் பார்க்கிறார்கள்
கலவி கொள்ளும்போது
குரைத்துக்கொண்டு வருகின்றன
அவர்கள் விழிகள்
என் மீது அவன் மீது உருளுகின்றன
அவை கடிக்கப் போவதில்லை
எனினும் அசௌகரியம்
வழவழக்கும் அவற்றைக் கவனமாக எடுத்து

சட்டகங்களுக்குள் பொருத்துகிறேன்
இப்போது புன்னகைக்கிறார்கள்
மகளின் பிரியம் மாறவேயில்லை
அவர்கள் உதடுகள் அசைகின்றன
அறையின் சுவர் ரோஜா நிறமாகிறது
அவன் புரண்டு படுக்கிறான்
துடிக்கும் கெண்டைச் சதையை
வலது காலின் இரு விரல்களால்
கவ்வுகிறேன்
ஒரு சின்னஞ்சிறிய மீன்
அதன் இரையைக் கவ்வுவதைப் போல
அப்போது சிலிர்க்கும் குளம்
சிற்றலை ஒன்றால் சொல்கிறது
'எல்லாம் சரியாக இருக்கிறது ஆமாம்'

மேஷங்கள் கன்னிகள் விருச்சிகங்கள் முதலைகள்

ஒரு மழையிரவில்
காதலித்தவன் 47A பேருந்துக்கு முன்னால்
அவளைத் தள்ள முற்பட்டதற்குப் பின்
ஜாதகங்களைப் பார்க்காமல்
காதலிக்கக் கூடாதென முடிவு செய்தாள்
அதன் பின் பார்த்துப் பார்த்து
ஒரு மேஷம்
பின்னர் ஒரே சமயத்தில் ஒரு கன்னி + ஒரு விருச்சிகம்
"மேஷ ஆண்கள் துடியானவர்கள் ஊதாரிகள்
சந்தர்ப்பத்துக்கேற்பச் செயல்படும் யதார்த்தவாதிகள்" என்றது
ஒரு பிரபல ஜோசிய இணையதளம்
மேஷ ஆண்—ஆட்டுத்தாடியும் பருக்களும் கொண்ட முகம்—
அவள் நெருப்பை நொடியில் பற்றவைத்தான்
நொடியில் அவளைக் கேட்காமலேயே அணைத்தான்
வருடம் ஒரு கார் வாங்கினான்
ஒரு நாள் மாலை
அவன் வீட்டுக்கு அவள் சென்றபோது

ஓர் அதிசயக் கடல் முதலையோடு
அவன் நடைபழகிவிட்டுத்
திரும்பி வருவதைப் பார்த்தாள்
காட்சி யதார்த்தம் உறவைக் காலியாக்கியது
கடன் அட்டைகளின் தோரணமாக
உருப்பெற்ற அவன் நினைவு
மங்கி அவிந்தது பின்
புஜ வலுப்பெற்ற ஒரு துலாம்
குழந்தை மனம் படைத்த ஒரு கடகம்
சின்னச் சின்னத் துண்டுக் களியாட்டங்கள்

பின்னர் ஒரு கன்னி
தீர்க்கமான அறிவு
“டேங்கோ ஆட்டத்தில் வல்லவர்கள்”
உறுதியளித்தது அதே இணையதளம்
ஒரு சொடக்கில் அருகே இழுத்தல்
ஒரு சொல்லால் பாழுங்கிணற்றில் தள்ளிவிடல்
என்றாலும் ரொமான்ஸ்
ஒரு பெண்ணைப்
பெண்ணாகவே இல்லாவிட்டாலும்
ராணியாக நடத்துதல்
பிரிந்திருந்தாலும் பிரிய முடியாதபடிக்கு
வண்ணத் தருண அக ரேகைகள்
அத்தோடு மரபார்ந்த விருச்சிகம்
அவள் மனமும் உடலும் ஒரே பூகம்பத்தை
அவனில் சந்தித்தன தினம்தினம்
விருச்சிக ஆணுக்கே உரிய —
இதுவும் இணையதளம் சொன்னதுதான் —
புதிர்ச் சுழற்சிகள்
துறவில் அல்லது சிறையில் மாத்திரமே

முடியக்கூடிய உணர்வுக் கொந்தளிப்புகள்
அவன் கண்களுக்குள்
அவள் எழுந்தாள் வாழ்ந்தாள் உறங்கினாள்
பல வருடங்கள்
மனோவசியம் செய்யப்பட்டதைப் போல
பயன்பாட்டுக்கும் பயன்படுத்தப்படலுக்கும்
இழையை அறுத்துவிட்டு

ஆனால்
மேஷம் கன்னி விருச்சிகம்
மூவருக்குமே அவளைப் பிடித்திருந்தது
மேஷத்துக்கு 10% அவள் பேச்சு 40% அவள் முலைகள்
50% அவள் சிரிப்பு
கன்னிக்கு 3% அவள் தலைமுடி 3% அவள் முகம்
3% அவள் சொற்கள்
விருச்சிகத்துக்கு 100% அவள் பற்கள் 150% அவள் நிர்வாணம்
0% அவள் பேச்சு
இந்தச் சதவிகிதக் கணக்கைப்
பருவ நிலைக்கேற்ப ஒவ்வொரு நாளும்
மனக்கணக்காகப் போடுவாள்

ஆனால்
மூவருக்கும் மாறாத ஒற்றுமை உண்டு
மூவரின் கண்களும் மை தீட்டினாற் போலிருக்கும்
மூவரும் அவள் விரல்களிலிருந்துதான் தொடங்குவார்கள்
மூவருக்கும் உறவு கொள்ளும்போது
அவள் சிரித்தால் பிடிக்காது
மூவரும் கட்டிலின் வலதுபுறத்தில்தான் படுப்பார்கள்

இப்போதெல்லாம்
மேஷத்தைப் போலவே விருச்சிகமும் கன்னியும்கூட
முதலைகளோடு உலாவுவதாகத் தகவல்
எந்த ஜோசிய இணையதளத்திலும் இல்லாத
ஆண்மையின் பொதுக் குணாம்சங்கள் இவை

அதுவும் அந்தக் கடைசித் தகவல்
ராசிகளைக் கடந்த மொத்த சாராம்சம்:
'ஆண்களுக்குப் பெண்களைக் காட்டிலும்
சக ஆண்களைக் காட்டிலும்
முதலைகளையே பிடிக்கிறது'

ஆண்களின் மனசு ஆக வினோதம்

அழிபட்டவள்

நாள் தவறாமல் கல்லூரிக்கான பேருந்து நிறுத்தத்தைத்
தவறவிடுகிறாள்

ஸ்கார்ஃபில் விலைப்பட்டியை எடுக்கவில்லையென சக பயணி
கண்டுபிடித்துச் சொல்கிறார்

மாணவர்களின் தேர்வுத்தாள்களைத் திருத்த எளிய வழி
இருக்காதா என ஏங்குகிறாள்

மாடியில் நின்று அவற்றை விசிறியடிக்கிறாள்
கீழ்ப் படிக்கட்டை முதலில் அடைந்த தாள்களுக்காகக்
கைதட்டுகிறாள்

பகலில் அவள் அறைக்குள் புற்று சூழ்கிறது

பின்னிரவில் வருகைதரும் ஒரு ட்ரோன்
கனிவாகப் பேசுகிறது

சில நாட்களாக MeToo விவகாரத்தில் பெண்ணியவாதியாக

புஜவலுவைக் காட்டினாள்
அதன் பிறகு அவள் நட்பு பாழடைந்த பங்களா ஆனது
காதல் திக்கித் திக்கிப் பேசுகிறது

தெரிந்த தெரியாத எல்லாத் திசைகளிடத்தும் தோற்றுப்போனவள்
எப்போதாவது காதலிடம் மண்டியிட்டு இறைஞ்சுகிறாள்
“என் கடவுளே என் அடைக்கலமே”

பிறகு தலைமுடிக்கு வயலட் சாயம் ஏற்ற சலூனை நோக்கி
விரைகிறாள்

இப்போது தாமதமாகிவிட்டது

மடித்து வைக்கப்பட்ட வேட்டியின் மீது
அவன் கண் சென்றவுடனேயே
அப்பாவுடையது என்று அவள்
சொல்லியிருக்க வேண்டும்
தனியாக இருக்கிறாள்
ஆண் மனமோ புகைபோக்கியற்ற சமையலறை
மூச்சுத் திணறல்
சைகைகளின் அலறல்
வெளியே தாழ்வாரத்தில் வெக்கை தாங்காது
குட்டிப் பூனை ஒன்று அலைபாய்கிறது
கருகிய வாசனை
நாள் நட்சத்திரம் பார்க்காது
தன்னைத்தானே
சிதைத்துக்கொள்ளும் சூரியன்
இந்த நாள் திகிலின் நிழற்படம்

உரையாடலில் கண்ணியம் காத்தல்

இன்று காலை நடைப்பயிற்சியின்போது
கூட வந்த பக்கத்து வீட்டுக் கிழவர்
நேற்றிரவு அவர் வீட்டுக்கு வந்தது கடவுளாக
இருக்கவே வாய்ப்புண்டு
ஏனெனில் வந்தவருக்கு
இரண்டு காதும் டமாரம் என்றார்
ஒரு பெரிய கொம்பு வேறு
அவருக்கு இருந்ததாக
அடித்துச் சொன்னார்
அது கொம்பு இல்லை
என்று சொல்ல வந்த நான்
கண்ணியம் காக்க நினைத்து
அமைதியாகிவிட்டேன்

சரக்கொன்றையிடம் மன்னிப்பு

வெகுநாள் கழித்து சிநேகிதி வந்திருந்தாள்
வாடிய முகம்
இருவர் தட்டிலும் சோற்றைப் பரிமாறிவிட்டு
அவளிடம் கேட்டேன்
நீ அவனைக் காதலிக்கிறாயா என்ன?
பல நூற்றாண்டுகளாக
பல உணவு வேளைகளில்
பல சிநேகிதிகள்
அச்சத்தோடு கேட்ட அதே கேள்வி

பிறகு அவளிடம் எடுத்துச் சொன்னேன்
அந்தக் காதலின் அரைக்கிறுக்குத்தனத்தை
சூனியக்கார வலையை
வானில் இல்லாத நட்சத்திரங்களா?
ஒருவனுக்குப் பின்னால் ஏன் ஒருத்தி
தானே தீப்பந்தமாகி
நடந்து போக வேண்டும்?

ஒருவனுக்காக ஏன் ஒருத்தி
தன்னையே அரிந்து உப்பிட்டுத்
தின்னத் தரவேண்டும்?

ஒரு பெண்ணியவாதிக்கு இதெல்லாம் புரியுமா என்ன?
ஒரு புத்தகப் புழுவோடு யார்தான்
சிநேகமாக இருப்பார்கள்?
வசந்தத்தின் முடிவில் பூக்குமே சரக்கொன்றைப் பூ
அதையாவது பார்த்திருக்கிறாயா நீ?
தட்டை விசிறிவிட்டு எழுந்து போனாள்

சரக்கொன்றை ஏன் பூக்கிறது?
வசந்தம் ஏன் முடிந்துபோகிறது?
வசந்தம் முடியும்போது பூக்கும்
இதுவரை பார்த்திராத
சரக்கொன்றையிடம்
எதற்கென்று நான்
மன்னிப்பு கேட்பது?

ஐஸ்க்ரீம் வண்டிக்காரன்

டியூன் போட்டு பாடிக்கொண்டுவந்த
ஐஸ்க்ரீம் வண்டி எதிர்ச்சாரியில் நிற்கிறது
ஒரு சீனச் சிறுமி
இரண்டு வெள்ளைக்காரப் பையன்கள்
ஓடி வருகிறார்கள்
வேகவேகமாகக் கோன்களில்
வெனிலா, பிஸ்தா, சாக்லேட் குக்கி

அவனுக்கு நடுத்தர வயதிருக்கும்
முடி கலைந்திருக்கிறது
ட்ரம்புக்கு ஓட்டு போட்டிருப்பானா
கல்லூரிக்குப் போயிருப்பானா
இந்த வேலையைப் பிடித்துச் செய்கிறானா
குழந்தைகள் இருக்குமா

நாளைக்கும் இந்த வண்டி வரும்
பின்னர் வெள்ளிக்கிழமை

அன்று மாலை இவன்
குளிர்காலத்தின் வாடை நீங்காத
ஒரு பழைய மதுக்கூடத்துக்குச் செல்வான்
அங்கே இவனுக்காக
பெண் சினேகிதி காத்திருப்பாள்
இருவரும் ஒட்டி அமர்வார்கள்
இந்த முடியலங்காரத்தில் அழகாயிருக்காய்
என ஏதோ சொல்வான் அவன்
அடுத்த வாரம் சம்பளம் வந்துவிடும்
என ஏதோ சொல்வாள் அவள்
பின்னர் உரசல்கள் அரை முத்தங்கள்
நள்ளிரவைத் தாண்டி
துரிதப் பாலுறவு

இப்போது எதிர்ச்சாரியிலிருந்து
என்னைப் பார்க்கிறான்
என் கண்களை
அவற்றில் தெரியப்போவதெல்லாம்
வெளிறிய நாட்களைக் கடக்கக்
கற்பனை இல்லாத
சோர்ந்த மாலைப் பொழுதுக்கான
உறைபனியால் கடிபட்ட
இன்னொரு பெண் பெயர்

ஆத்மாநாமிடம் கேட்க ஒரு கேள்வி

நீரில் மூழ்கும் முன்
நீ அணிந்திருந்த ஆடையை
வக்கணையாக மடித்து வைக்க
உனக்கேன் தோன்றியது
சொல்லேன்
வாழ்வு — பைத்தியம்
சாவு — பைத்தியம்
இடையில்
இரண்டு மணிமுடிச்சுகள்
இறுகிக் கிடக்கின்றன
அவிழ்க்க உதவி செய்யேன்
ஒரு பதில்
ஒரு வாய்ப்பு
இங்கிருந்து விளையாட
அல்லது
முடிவை ஏமாற்ற
ஒரு குட்டிச் சாத்தியம்

பின்-பால் உயிரி

ஒரு காலத்தில் நான் பெண்ணாக இருந்தேன்
அதாவது பதின்ம வயதில்
அப்போதெல்லாம் என் இடுப்பில் கைகளை ஊன்றி
எப்போதாவது நின்றால்
என் அம்மா கண்டிப்பாள்
"பெண்ணாக லட்சணமாக இரு"
பல வருடங்கள் கழித்து
பெண்ணாக இருக்க ஒருவாறாக மறந்தபின்
—தாடையில் முளைத்த முடிகளை
எந்த ஆணுக்காகவும்
நீக்க யத்தனிக்காது இருந்த வருடங்கள் அவை—
பெண்ணாக இருக்க
எனக்கு அபூர்வமாக ஆசை வந்ததுண்டு
கண்ணில் மை, ரோஜா நிற நகப்பூச்சு
ரோஜா நிற நகப்பூச்சு அணிந்த நாட்களில்
—இதயத்திலும் அதே நிறக் காதல் ரத்தம்
ஊறிப் பரவும் அப்போது—
முயல்குட்டி என்று காதலன் குலாவ வந்ததுண்டு
அந்தக் கிளிஷே உருவகத்துக்காக
மார்பில் சாய்ந்த அவனை விலக்கித் தள்ளியதுண்டு

பின்னர் நாய்க்குட்டிகளாக இருக்கலாமென்று
இருவரும் ஏகோபித்து முடிவு செய்தோம்
ஒரே நீளத்தில் இரண்டு நீளச் சங்கிலிகள்
ஒரு நாய்க்குட்டியின் சங்கிலி இன்னொன்றிடம்
என்றாலும் பர ஸ்தீரிகளிடம் நாள்கிழமை பார்க்காமல்
ஓடிய ஆண் நாய்க்குட்டியைப்
பெண் நாய்க்குட்டி கடித்துக் குதறாமல்
சங்கிலியை அறுத்துப்போட்டது

என் அடுத்த அடையாளம்
பின்-பால் உயிரி
பல்லாண்டுகள் பழகிய
நண்பன் வைத்த பெயர்
யாராவது நீ யார் என்று கேட்டால்
குடித்திராவிட்டாலும் பின்-பால் உயிரி
எனத் தன்னிச்சையாகச் சொல்கிறேன்

நல்ல திடகாத்திர ஆண் ரோபோக்கள்
பங்குபெறும் ஐரோப்பியச் சந்தைக்கு
அடுத்த வாரம் செல்கிறேன்
ஆண் ரோபோவுக்கு பாட்டரிகள் உண்டு
அவற்றை அக்கறையோடு
சார்ஜ் செய்து வைப்பது
அவற்றைப் போட்டுவிடுவது
அவற்றை நீக்க வைக்கும்போது
எந்திர முரட்டு மேனியைத் தடவுவது

காமத்தின் என்சைக்ளோபீடியா
புதிதாக எழுதப்பட வேண்டும்

அந்தகாரம்

உடல் பருத்த பெண்ணின்
கணவன் இன்னொருத்தியோடு குலாவுகிறான்
ஒரு நாள் அதைத்
தன் கண்ணாலேயே பார்த்தாள்
அவள் உடல் பருத்துவிட்டது
வீட்டில் அவன் தங்குவதில்லை
அவள் தன் தோழியை அடிக்கடி சந்திக்கிறாள்
ஆறுதல் வார்த்தைகளை
நிற்காமல் அளிக்கிற இயந்திரம் அவள்
இந்த ஆண்களே படுமோசம்
வீட்டில் ஒரு கிளி இருந்தால்கூட
அவன்களுக்கு வெளியே
ஒரு குரங்கு வேண்டும்
அவன் ரத்தத்திலேயே ஊறியிருக்கிறது
குழந்தை பெற்றாலே பெண்கள் குண்டாகிவிடுவார்கள்
அந்தக் குரங்கு குண்டாகாதா என்ன

மீன் தொட்டிகள் அலங்கரிக்கும் ரெஸ்டரண்டில்தான்
அவளும் தோழியும் சந்திக்கிறார்கள்

மோதி மோதி நீந்தும் சுதாரிப்பில்லாத மீன்கள்
வெளியே வரும்போது
ரெஸ்டரண்ட் நுழைவாயிலில்
ஒரு அழகன்
எந்த நடிகனையும் போலில்லாத அழகன்
அவள் உடல் பருத்துவிட்டது
என்ன களை என்ன கம்பீரம்
இன்னொருத்தியோடு நிச்சயம் இவன் போக மாட்டான்

அவள் உடல் பருத்துவிட்டது
அவனைப் பார்த்தபடி
அது வெளிக்கதவில் இடித்துக்கொள்கிறது
அந்த இளைஞனின் அருகில்தான்
அவள் உடல் பருத்துவிட்டது
அவன் அவளைத் தாங்குகிறான்
இந்தக் கட்டத்தில் அவன் கண்களும் அவள் கண்களும்
சந்திக்கத்தான் வேண்டும்
கண்களைப் பார்க்கிறாள்
இரண்டு ஓட்டைகள்
இல்லை ஆழ்குழிகள்
ஒரு குழி அவளை உள்ளிழுத்து
உடனடியாக மூடிக்கொள்கிறது

அதன் பின் அவளைக் காணவில்லை
துர்நிகழ்வுக்குத் தன்னைப் பிரதியெடுக்கும்
வல்லமை உண்டு
நல்லவர் கெட்டவர் பேதம் பார்க்காத வல்லமை
கெடுமழையைப் போல

புனைவாக்கம்

நாம் அனைவரும் ஒரே நேரத்தில் அண்ணாந்து பார்த்து 1 2 3 Cheese என்கிறோம் வானம் தொப்பென்று உடைந்து விழுகிறது

என்ன சொல்கிறாய்?

என் தலை காலியாக இருக்கிறது
காதலை மனதிலிருந்து மூளைக்கு மாற்ற
சரியான தருணம்
நீ ஒரு கை கொடுத்தால்
பெட்டிகளை மாற்றிவிடலாம்

சமாதானம்

அவள் முகத்தைத் திருப்பி ஒருக்களித்துப் படுத்திருக்கிறாள்
அது முதல் சமிக்ஞை
அவன்தான் சமாதானப்படுத்த வேண்டும்
தன் பக்கத்து நியாயங்களோடு தொடங்குகிறான்
சுருதி குறைந்துகொண்டே வருகிறது
இது இப்படித்தான் இசைக்கப்படும்
ஒவ்வொன்றாகத் தன் தவறுகளைச் சொல்லத் தொடங்குகிறான்
மெல்ல மெல்லக் குரல் உயர்கிறது
தன் இரு கைகளைக் குரல் விரித்துக்கொண்டே வருகிறது
அச்சமும் பதற்றமும்
மன்னிப்பை இறைஞ்சும் உருவகங்களும்
ஒரு தீப்பொறியை உருவாக்கியதிலிருந்து
தரையில் அதைத் தவறவிட்டதிலிருந்து
அக்கறையின்றி அதனால்
பழைய பொக்கிஷங்களும் புதிய மரச்சாமான்களும்
சேர்ந்து எரிந்ததிலிருந்து
ஒரு பொறியில் அவர்கள் வீடே பற்றிக்கொண்டதிலிருந்து

தீ அக்கம்பக்கத்து வீடுகளுக்கும் வீதிகளுக்கும்
ஏன் நகரத்துக்கே பரவி
அதையும் தாண்டி ஒரு காட்டையே எரித்துவிட்டதற்குத்
தன்னைப் பொறுப்பாக்கிக்
கேவுகிற குரல்

ஒரு சுள்ளியைக்கூட அந்தத் தீயில் அவள் சேர்க்கவில்லை
கடைசி வரையில்

அது ரொம்ப இயல்பானது

சில சமயம் எனக்குள் மலைப்பாம்பு ஒன்று
விட்டம் பெருத்து வளரும்
சர்க்கஸின் மரணக் கிணறு
இருள் வாய்
என்னை அப்படியே முழுங்கும்
நான் கத்த மாட்டேன்
போராட மாட்டேன்
அதன் வயிற்றுக்குள் ஒடுங்குவேன்
பின்னர் அது என்னைத் துப்பும்
கொஞ்சம் கொஞ்சமாகக்
கண்ணைத் திறக்கவும் முடியாது
வெளியே வருவேன்
ரத்தமும் தழும்புகளும்
அரைகுறையாய் உரித்த சேப்பங்கிழங்கு போன்ற
அசிங்கமான கைக்குழந்தை
என்றாலும்
உடனடியாக வளர்ந்துவிடுவேன்

அனைத்தையும் அனுபவிக்க
முக்கியமாக அவமானங்களை
பல்லைக் கடித்தபடி
ஒன்று இரண்டு மூன்று...
எண்ணிக்கை இரண்டு இலக்கமாகும்போது
கன்னங்கள் உப்புப் பாத்திகளாகும்
இலக்கம் பெருக்கும்போது
மீண்டும்
அதே மிருகம் அதன் பாண்ட வயிறு

எப்போதாவது அது
என்னைத் துப்பாது போகும்
இறந்த என் விரல்கள் வயிற்றுக்குள்
மடங்காமல் விறைத்திருக்கும்
எதையோ கைகாட்டும்

அதனால் எதுவும் மாறிவிடப் போவதில்லை

கூட்டத்தில் தொலைந்துபோன
குழந்தையை
நீங்கள் தேடுவதெல்லாம்
ஒரு வாரம்
மிஞ்சினால் இன்னொரு வாரம்

செல்லாத ஊருக்குப் போகாத வழியில்
தனியாய் நிற்கும் நவீன மனிதன்

ஒரு கையில் பெப்சி
இன்னொரு கையில் லே சிப்ஸ்
earphoneஇல்
உரத்த வண்ணங்களில்
இரைச்சலில்
ஒரு UFO இறங்கும்போது
ஆகாயம் மடிந்து
ஊளையிட்டதைக் கேட்காமல்

தென்சென்னை அடுக்குமாடிக் குடியிருப்பு

எப்போதும்
'வெஜிடேரியன்களுக்கு மட்டும்'
போர்டை அடையார் டைம்ஸ்
மயிலாப்பூர் டைம்ஸ்
தவிர வாயில் மாட்டியிருக்கிறார்கள்
கருகரு மீசை வாட்ச்மேன்கள்
எப்போதும் ஏதோ ஒரு காரைக்
கழுவிக்கொண்டிருக்கிறார்கள்
ஏதோ ஒரு மேல்மாடி வீட்டில்
வேலை செய்யும் அவர்களின் மனைவிகள்
தென் சென்னையில்
அவர்கள் கொண்டுவந்து வைத்திருக்கும்
மதுராந்தகங்கள், கல்பாக்கங்கள், திண்டிவனங்கள்
எப்போதும் சாவகாசமாய் நடக்கும்
ஒரு குண்டுப் பூனை
அதை அணைத்துக்கொள்வதால்
பைத்தியம் பிடிப்பதைப்
பத்து வருடம் தள்ளிவைக்க முடியும்

இரவு 1 மணிக்கு விழித்திருப்பவர்கள்

அடுத்த நாள் நடக்கப்போகும்
எதற்காகவும் இல்லாமல்
எந்தத் தகவலுக்காகவும்
காத்துக்கொண்டிருக்காமல்
ஞாபகம் எதையும்
மென்று முழுங்க யத்தனிக்காமல்
இரவு 1 மணி
பகல் 1 மணி
யோடு இரட்டைக் குழந்தையாய்ப்
பிறந்ததைப் போல்
ஒரு மச்சம்கூட வித்யாசமில்லாமல்
என்றாலும் உலகத்திலேயே
மிக நீண்ட பொழுதாக இருக்கும்
இரவு 1 மணிக்கு விழித்திருப்பவர்கள்
ஒரு புதிய மதத்தில் இருக்கிறார்கள்
அதில் பேய்கள் இல்லை
கடவுள்கள் இல்லை
அவர்கள் 1 மணிக்கு முன்
மண்டியிடுகிறார்கள்
கடிகார முட்கள் கைதட்டுகின்றன
விலகுகின்றன
பிரார்த்தனை முடிந்துவிடவில்லை
ஒரு காளான் முளைத்துத்
தரிசனம் தரும்போது அது முடியும்

பெசன்ட் நகரில் ராஜநாகம்

போன வாரம் ஐந்தாம் நிழற்சாலையில்
ஒரு படுக்கையறையில்
நான்கடிக்கு ராஜநாகம் படமெடுத்ததாம்
இதில் குறியீடெல்லாம் இல்லை
எதிரே இருக்கும் தியசாபிகல் சொசைட்டி நிலத்தை
கார்ப்பரேட்காரர்கள் வாங்கிவிட்டார்கள்
ராஜநாகத்துக்கு அது தெரிந்துவிட்டிருக்கிறது
அங்கே வரப்போகும்
இன்டர்நேஷனல் பள்ளிக்கூடத்தில்
கல்வி கற்க அது தயாராக இல்லை
கட்டடம் எழும்பப் போகிறது
மேலும் நாகங்கள் வெளியேறப் போகின்றன
பெசன்ட்நகர்வாசிகள் விவரமானவர்கள்
விஷயங்களைக் கையாளத் தெரிந்தவர்கள்
நாகங்கள் சுருண்டு கிடந்தால்
அடித்துக் கொல்வார்கள்
நான்கடிக்குப் படமெடுத்தால்
வீடியோ எடுப்பார்கள்
விவரமானவர்கள் என்றால் சும்மாவா?

எச்சரிக்கை

நான் என்றுமே
வண்ணத்துப் பூச்சிகளை நம்பியதில்லை
அவை ஏன் ஒற்றர்களாக இருக்கக் கூடாது?
என்னைக் கடத்திப்போகப் பார்க்கும்
ஏலியன்களின் ஒற்றர்களாக?
அல்லது குறைந்தபட்சம்
என் பழைய காதல்களின் ஒற்றர்களாக?
சில சமயம் அவற்றை வேண்டுமென்றே
கண்சிமிட்டிப்
பாராட்டுகிறேன்
வீட்டுக்குள் வராமல்
வாசலில் நிறுத்திவைக்க
சில சமயம் அவை
என் அலுப்பான காதல் கவிதைகளுக்குள்
double agentகளாக
செயற்படுகின்றன
பேராசைக்கார ஒற்றர்கள்.
ஆனால் அனுபவம் போதாததால்
அங்கும் படபடக்கின்றன

சிநேகம்

ஒவ்வொரு முறையும்
சென்னையில்
விமானம் இறங்கும்போது
ஆசைப்பட்டுப் பார்ப்பதெல்லாம்
எறும்பு வரிசைகள்
ட்ரக்குகள் கார்கள் மினி வேன்கள்
வீட்டு மேற்தளங்கள்
அவற்றில் ஒன்றிலிருந்து
ஒருநாள்
எனக்குத் தெரிந்த ஒருவர்
இதோ தோன்றப்போகிறார்
என் கையைப் பிடித்து
இதோ இறக்கப்போகிறார்
அப்போது விமானத்தின் ஜன்னல் கண்ணாடி
நினைவூட்டும்
உறுதியான ஒரு
நாள்பட்ட விரோதம்
பனிப் படலம் மட்டுமே
என்ற சமிக்ஞையைத் தந்து

நன்றி தெரிவித்தல்

உங்கள் தன்முனைப்பில்லாத அன்பில் நனைகிறேன்
என் எல்லாப் பாகங்களும் நெகிழ்கின்றன
கொடுத்து வைத்திருக்கவேண்டும்
என் கவிதைகளை வாசிப்பதன் மூலம்
யானை அம்பாரியில் ஏற்றிவைக்கிறீர்கள்
இது கல்யானை
ஊருக்குள் செல்லாது எனத் தெரியும்
மேலும் இது அரையடி உயரம்தான்
கிக்கிடமான இடத்தில்
கால்களைக் குடையாக
மடக்கிக்கொள்கிறேன்
பற்பல கோணங்களில்
என்னைப் புகைப்படம் எடுக்கும்
உங்கள் மூன்று பேருக்காகத்தான்
இத்தனை சிரமமும்
இறங்கிய பின்
குட்டிமுனி போலத் தோற்றம் தரும்
குட்டை மாமரத்தில் ஏறி
அடுத்த போஸ் தருகிறேன்

இன்னும் அழகாக இன்னும் தெய்வமாக

காலை வழக்கம்போலச் சோபிக்கவில்லை
காப்பித் தூள் தீர்ந்துவிட்டிருந்தது
இன்றின் செய்தித்தாள்
நேற்றின் செய்தித்தாளைப் போலவே
அதே நான்கைந்து கொலைகள்
அதில் ஒன்று கும்பல் வல்லுறவு
அதற்குப் பின் கல்லைத் தூக்கிப்
பெண்ணின் மண்டையில் போட்டது
தினமும் இதையே படிப்பதில் ஒன்றும் சுவாரசியமில்லை
சாலையில் நான்கு இளைஞர்களைச் சேர்ந்து பார்த்தால்
அந்தப் பக்கம் போக பயமாயிருக்கிறது
என்கிறாள் என் அடுத்த வீட்டு இளம்பெண்
எந்த ஆணாவது இதற்கெல்லாம் வெட்கப்பட்டால்
பார்க்கப் புதுமையாயிருக்கும்
வெட்கப்பட்டுத் தற்கொலை செய்துகொண்டால்
வாசிக்க சுவாரசியமாயிருக்கும்
ஆனால் பாருங்கள்

இந்த யுகம் தொடங்கிய நாளுக்கு முந்தைய நாளிலிருந்து
ஆண்கள் பெண்களிடமிருந்து
அதே பச்சாதாபத்தை எதிர்பார்க்கிறார்கள்
அதே புரிந்துகொள்ளலை
அதே பெருந்தன்மையை
அதே பட்டியலை ஒருமித்து ஒப்பிக்கிறார்கள்
பாலியல் வறட்சி குடிபோதை வர்க்க வேறுபாடு
ஆண் இயல்பு ஆண் மனோநிலை
இடையறாது நினைவூட்டுகிறார்கள்
மன்னிப்பது பெண்களுக்கு நல்லது அது
இன்னும் அவர்களை அழகாக்குகிறது தெய்வமாக்குகிறது
சாலையில் நான்கு இளைஞர்களைச் சேர்ந்து பார்த்தால்
அச்சப்படும் இளம்பெண்
இன்னும் அழகாக இன்னும் தெய்வமாக
ஏனோ அச்சப்படுகிறாள்

உன் வாழ்க்கையைத்தான் நீ வாழ்கிறாய்

உன் வாழ்க்கையைத்தான் நீ வாழ்கிறாய்
ஆனாலும் சில சமயம்
உன் இதயமும் பாலுறுப்பும் தீப்பிடித்து எரிகையில்
நீ எழுத்தைத்தான் நாட வேண்டியிருக்கிறது
உன் ஒட்டுமொத்த சதை
தோலுக்கும் திசுக்களுக்கும் அடியில்
உறைந்துபோய்விடுகையில்
எழுத்தைத்தான் நாட வேண்டியிருக்கிறது
கருகாதிருக்க புரையோடிப்போகாதிருக்க
நீ எழுதத்தான் வேண்டியிருக்கிறது
ஆனாலும் அப்புறப்படுத்த முடியாத
ஒரு தீய்ந்த முனை ஒரு துர்நாற்ற அழுகல்
பொறியில் மாட்டிக்கொண்ட உன் சின்ன உடலில்
ஆனாலும் அதில் கொஞ்சம் வெளியே நீண்டிருக்கிறது
உன் மூக்குக்கும் கொஞ்சம் வெளிக்காற்று
ஆம், உன் வாழ்க்கையைத்தான் வாழ்கிறாய்

இலக்கியக் கூட்டமொன்றில்
மைக் பிடித்து உரையாற்றியது

நான் கடவுளை மறுக்கிறேன்
கடவுள் மறுப்பை மறுக்கிறேன்
கடவுள் அவர் பாட்டுக்கு பழைய மணைக்கட்டை ஓரத்தில்
உட்கார்ந்திருக்கட்டும் என்கிறேன்
தீவிர இலக்கிய சாமிக்கு பஜனை பாட மறுக்கிறேன்
அன்பை வலியுறுத்துகிறேன்
அன்பை எழுத்தில் கொட்டி முழக்காதீர்கள் என்கிறேன்
காதுகள் டமாரமாகி வெகுகாலமாகிவிட்டது
உங்கள் ஆண் எழுத்தாளர் X பெண் எழுத்தாளர் ஆட்டம்
அலுத்துவிட்டது
இது பின்-பால் உயிரிகளின் காலம்
காலையில் கிழவனாக
மதியம் பெண்ணாக
முகநூலில் ஃபேக் ஐடியாக
இரவில் மிகை இயக்க ட்ரோன் ஆக
வாழ்பவர்களின் காலம்
நினைவேக்கம் புழுதிச் சித்திரம் என்கிறேன்
இல்லாத இடத்துக்குப் போகாத பாதையில்
தடதடத்து ஓடுகிறது பனங்காய் வண்டி

கடுங்குளிர்: நான்கு கவிதைகள்

குறுந்தொகை 336B பாடலுக்கான உரை:

ஏய் குளிரே! உன் இளகாத பனிப்பாளங்களை ஒரு புருவ நெரிப்பில் அவன் உடைத்துவிடுவான். உறையவைக்கும் அவன் பார்வையில்வரவிருக்கும் பிறவியின் ஞாபகமும் பனிச் சிற்பமாகிவிடும். ஆர்க்டிக் துருவ வெடிப்பு என நீ சட்டெனக் கவ்வும் நிலப்பரப்புகளோ அவன் கவரும் வசீகரப் பரப்புகளுக்கு முன்னால் ஒன்றுமேயில்லை. ஆனால் நான் போதுமென ஒரு வார்த்தை சொன்னால் அவன் அத்தனையையும் கைவிட்டு அக்கணமே வசந்தத்தில் வந்து நிற்பான். துலிப் மலராக ஒரு நொடியில் மாற்றிக்கொள்ளத் தெரிந்தவனிடம் நீ கற்றுக்கொள்ள ஒரு நூறு இருக்கிறது. கிழட்டுக் குளிரே!

***

சிட்டுக்குருவி வெளியே வந்து தத்தும்போதுதான்
இந்த மாபெரும் கண்டம்
வசந்தத்துக்குள் வரவே போகிறது
சிட்டுக்குருவிக்கு அந்த அளவு
சக்தி இருக்கிறது

***

செர்ரிப் பூக்கள் காத்திருக்கின்றன
துலிப்கள் காத்திருக்கின்றன
நடைபாதையின் குட்டி வயலட்கள் காத்திருக்கின்றன
வசந்தம் வரத்தான் .போகிறது
எங்கள் களேபரமான உரையாடலில்
Me Too Me Too என்று
உன்னைத்தான் கைகாட்டிப் பேசப் போகிறோம்
கிழட்டுக் குளிரே!

***

குளிர் தன் ஒரு காலை இங்கும்
இன்னொரு காலைப் பாதாளத்திலும் ஊன்றியிருக்கிறது
பெயரறியாப் பறவைகள்
தூங்கிக்கொண்டிருக்கின்றன
பெயரறியா மனிதர்கள் முயங்கிக்கொண்டிருக்கிறார்கள்
என் அறையில்
தளர்ந்துபோய் உட்கார்ந்திருக்கிறது
கிருஷ்ணபட்ச சப்தமி நிலா

***

இந்த மாலை

வீட்டைவிட்டுக் கிளம்பிவிட்டான்
அவன் வெள்ளை லினன் சட்டையில் அவளது நீள்முடி
பதைபதைக்கிறான்
ஏன் பதைபதைக்க வேண்டும்
உலகம் இந்த மாலையில் முடியப்போவதில்லை
சாவகாசமாக முடியைத்
தன் சுண்டுவிரலால் எடுத்துப்போடுகிறாள்
அவன் உதட்டைத் தன் உதட்டால் ஒற்றுகிறாள்
அவன் வெகு கவனமாக
அவள் துப்பட்டாவில் உதட்டைத் துடைக்கிறான்
அவன் மீதான அவள் உரிமை
அகற்றப்பட்டுவிட்டது
ஒரு சூரியக் கதிர் அறைக்குள் வந்து கண்ணடிக்கிறது

கதவைத் திறக்கிறான்
வெளியே அசிங்கமாக உருண்டு திரண்ட
மாலைச் சூரியன்

அதன் மாமாத் தொழில்
சட்டென்று அந்தக் கோளத்தைத்
தாண்டிச் செல்கிறான்
கோளம் அவனோடு உருண்டோடுகிறது
இப்பக்கம் இருள்
தேய்வழக்கு அவளைச் சூழ்கிறது
'ஒரு இரவாவது அவனோடு சாத்தியமாக வேண்டும்'
இருளுக்கும் இரவுக்குமிடையே குடும்பம் அன்றாடம்
அதே அழுக்கடைந்த பழைய பள்ளங்கள்

பிரபஞ்சத்தின் துரோகம்

அப்பா இறந்த பின் அழுத பல நாட்களில்
ஒரு நாள் இன்னமும் நினைவிருக்கிறது
என் முதுகுப் பையைக் கடாசிவிட்டு
நடைபாதையில் சரிந்தது
4 மணிக்கே இருட்டியிருந்த அந்த நாள்
கருங்கடலின் சாயையோடு அச்சுறுத்திய வானம்
சுற்றிலும் இருள்
மூச்சு, காற்று எல்லாமே இருள்
அப்போதுதான் ஒரு நொடிக்கும் குறைவாக
ஒரு மிகச் சிறிய நட்சத்திரத்தின்
ஒரு மிகச் சிறிய துணுக்கு
ஒளிகூட இல்லை
ஒரு கணு
ஒளிக்கு முன் தென்படும் முன்னறிவிப்பைப் போல
ஆனால் அந்தத் துணுக்குக்குப் பின்னர்
ஒளியின் சுவடே காணோம்
ஒளியே வரப்போவதில்லை
பாதை, நான், எதிர்காலம், உலகம், ஞாபகம்
எதுவுமில்லை அப்போது
கருந்துளை
பின்னர் யாரோ ஒரு வழிப்போக்கன் தூக்கிவிட்டான்
உலுக்கி சுயநினைவுக்குக் கொண்டுவந்தான்

அந்நியரின் கருணைக்குப் பஞ்சமேயில்லை
அசோகமித்திரனின் நாவல் ஒன்றில் வருகிறது
அவர் வரி அல்ல ஆனால் அவர் வரிதான்
அப்பாவை இழப்பது எல்லோருக்கும் நேர்வதுதான்

இழப்புக்காக அழுவதும் சாமான்யமானது
ஆனால்
பின்னால் ஒளி வரப்போகிறதென
போக்குக்காட்டி மறைந்த அந்தத் துணுக்கு

பிரபஞ்சத்தின் துரோகத்துக்கும்
அந்நியரின் கருணைக்கும்
இடைப்பட்ட கருந்துளை
அதற்குள் ஒருமுறை சென்றவை
திரும்பி வந்ததாகச் சரித்திரமே இல்லை

கண்களைத் திருப்புதல்

நொண்டாத எந்த நாயையும்
எங்கள் தெருவில் இதுவரை நான் பார்த்ததில்லை
ஒரு கால் அல்லது இரண்டுமேகூட
உடைந்து சுணங்கி
நேற்று தெருமுனையில்
அப்போதுதான் செத்துக்கொண்டிருந்த ஒரு நாயைப் பார்த்தேன்
கால்களில் வயிற்றில் ரத்தம்
இனோவா அடித்ததாம்
நான்கைந்து பேர் நின்றுகொண்டிருந்தார்கள்
என் கண்களைத் திருப்பிக்கொண்டேன்
அடிபட்டுச் சாதல் கோழைத்தனம் என்பதுபோல
கோழைத்தனம்
கண் வழியே ஒட்டிக்கொண்டுவிடும் என்பதுபோல

என்றாள் யூதாஸ்

நல்ல கவிதை
அன்பைக் கோருவதில்லை
நல்ல கவிதை தன்னை
எழுதுவதையே கோருகிறது
யாருக்கு இது புரியப்போகிறது?
வெட்டுக்கிளிகளுக்குப் புரியப்போவதில்லை
ஏசுவின் முகத்தைக் கவிஞன் முகத்தில்
காண்பவர்களுக்குப் புரியப்போவதில்லை
ஏசுவின் முகத்தைக்
கவிஞனின் முகத்தில் காண்பவர்கள்
கவிதையைச் சிலுவையில் அறைந்துவிட்டு
வரும் வழியில்
தாகசாந்திக்கு சோடா குடிக்கிறார்கள்

www.ingramcontent.com/pod-product-compliance
Lightning Source LLC
La Vergne TN
LVHW060415051026
849518LV00007B/2556
9789348439024